The Mindful Change: Developing Awareness and Being Present

మనస్సు యొక్క మార్పు: అవగాహనను పెంచుకోవడం మరియు ప్రస్తుతం ఉండటం

Abhijit

Copyright © [2023]

Author: Abhijit

Title: The Mindful Change: Developing Awareness and Being Present

All rights reserved. No part of this publication may be reproduced or transmitted in any form or by any means, electronic or mechanical, including photocopying, recording, or any information storage and retrieval system, without prior written permission from the author.

This book is a self-published work by the author Abhijit

ISBN:

TABLE OF CONTENTS

Chapter 1: Introduction to Mindfulness   11

Definition and benefits of mindfulness.

Common challenges and misconceptions about mindfulness.

The neuroscience of mindfulness and its impact on the brain.

Personal stories of individuals who have benefited from practicing mindfulness.

Simple exercises to introduce the basic principles of mindfulness.

Chapter 2: Cultivating Awareness   21

Understanding the nature of thoughts and feelings.

Observing the mind without judgment.

The role of attention and intention in mindfulness practice.

Techniques for increasing awareness of the present moment, including meditation, mindful breathing, and body scan exercises.

Practical tips for incorporating mindfulness into daily activities, such as eating, walking, and working.

Chapter 3: Overcoming Obstacles   31

Identifying common obstacles to mindfulness practice, such as boredom, restlessness, and negative thoughts.

Developing strategies for dealing with these obstacles, including self-compassion, acceptance, and patience.

Exploring the role of mindfulness in managing stress, anxiety, and difficult emotions.

Cultivating a positive mindset and embracing life's challenges with greater equanimity.

Chapter 4: Integrating Mindfulness into Daily Life 39

Applying mindfulness to various aspects of life, such as relationships, work, and communication.

Fostering healthy habits and making mindful choices.

Developing greater self-awareness and emotional intelligence.

Experiencing deeper appreciation for the simple things in life.

Cultivating a sense of purpose and meaning in life.

Chapter 5: The Ongoing Journey of Mindfulness
50

Mindfulness as a lifelong practice.

Recognizing the transformative power of mindfulness.

Sharing your experiences and supporting others on their own mindfulness journeys.

Resources for further learning and continued practice.

Chapter 6: Deepening Your Mindfulness Practice
58

Finding a Mindfulness Practice that Suits Your Needs

Building Consistency and Commitment to Your Practice

Overcoming Challenges and Obstacles

The Ongoing Journey of Mindfulness

TABLE OF CONTENTS

అధ్యాయం 1: మనస్ఫూర్తి పరిచయం   11

- మనస్ఫూర్తి యొక్క నిర్వచనం మరియు ప్రయోజనాలు.
- మనస్ఫూర్తి గురించి సాధారణ సవాళ్లు మరియు అపోహలు.
- మనస్ఫూర్తి యొక్క నరవిజ్ఞాన శాస్త్రం మరియు మెదడుపై దాని ప్రభావం.
- మనస్ఫూర్తిని ఆచరించడం ద్వారా ప్రయోజనం పొందిన వ్యక్తుల యొక్క వ్యక్తిగత కథలు.
- మనస్ఫూర్తి యొక్క ప్రాథమిక సూత్రాలను పరిచయం చేసే సులభమైన వ్యాయామాలు.

అధ్యాయం 2: అవగాహన పెంపొందించడం

- ఆలోచనలు మరియు భావాల స్వభావాన్ని అర్థం చేసుకోవడం.
- నిర్ణయం లేకుండా మనస్సును గమనించడం.
- మనస్ఫూర్తి పద్ధతిలో శ్రద్ధ మరియు ఉద్దేశ్యం యొక్క పాత్ర.
- ధ్యానం, మైండ్‌ఫుల్ శ్వాస మరియు శరీర స్కాన్ వ్యాయామాలు సహా, ప్రస్తుత క్షణం యొక్క అవగాహనను పెంచే టెక్నిక్స్.
- తినడం, నడక, పని చేయడం వంటి రోజువారీ కార్యకలాపాలలో మనస్ఫూర్తిని చేర్చడానికి ఆచరణాత్మక చిట్కాలు.

అధ్యాయం 3: అడ్డంకులను అధిగమించడం

- విసుగు, నిస్సత్తువ మరియు ప్రతికూల ఆలోచనలు వంటి మనస్ఫూర్తి పద్ధతికి సాధారణ అడ్డంకులను గుర్తించడం.

- స్వీయ-కరుణ, అంగీకారం మరియు ఓపికతో సహా ఈ అడ్డంకులను ఎదుర్కోవడానికి వ్యూహాలు రూపొందించడం.

- ఒత్తిడి, ఆందోళన మరియు కష్టమైన భావాలను నిర్వహించడంలో మనస్ఫూర్తి పాత్రను అన్వేషించడం.

- సానుకూల మనస్తత్వాన్ని పెంపొందించడం మరియు జీవిత సవాళ్లను ఎక్కువ సమర్థవంతంగా స్వీకరించడం.

అధ్యాయం 4: రోజువారీ జీవితంలో మనస్ఫూర్తిని ఏకీకృతం చేయడం

- సంబంధాలు, పని మరియు కమ్యూనికేషన్ వంటి జీవితంలోని వివిధ కోణాలకు మనస్ఫూర్తిని వర్తింపజేయడం.

- ఆరోగ్యకరమైన అలవాట్లను పెంపొందించడం మరియు మనస్ఫూర్తితో ఎంపికలు చేసుకోవడం.

- మరింత స్వీయ-అవగాహన మరియు భావోద్వేగ మేధస్సును అభివృద్ధి చేయడం.

- జీవితంలోని సాధారణ విషయాల కోసం లోతైన అభినందనను అనుభవించడం.

- జీవితంలో ఆశయం మరియు అర్థాన్ని పెంపొందించడం.

అధ్యాయం 5: జీవితాంతం పద్ధతిగా మనస్ఫూర్తి 50

- మనస్ఫూర్తి అనేది జీవితాంతం పద్ధతి.
- మనస్ఫూర్తి యొక్క రూపాంతర శక్తిని గుర్తించడం.
- మీ అనుభవాలను పంచుకోవడం మరియు ఇతరుల సొంత మనస్ఫూర్తి ప్రయాణాలకు మద్దతు ఇవ్వడం.
- మరింత నేర్చుకోవడానికి మరియు పద్ధతిని కొనసాగించడానికి వనరులు.

అధ్యాయం 6: మీ మనస్ఫూర్తి పద్ధతిని లోతుపరుచుకోవడం 58

- మీ అవసరాలకు సరిపోయే మనస్ఫూర్తి పద్ధతిని కనుగొనడం
- మీ పద్ధతికి స్థిరత్వం మరియు నిబద్ధతను పెంపొందించడం
- సవాళ్లు మరియు అడ్డంకులను అధిగమించడం
- మనస్ఫూర్తి ప్రయాణం యొక్క కొనసాగింపు

Chapter 1: Introduction to Mindfulness

అధ్యాయం 1: మనస్ఫూర్తి పరిచయం

మనస్ఫూర్తి: నిర్వచనం మరియు ప్రయోజనాలు

మనస్ఫూర్తి అనేది ప్రస్తుత క్షణం పట్ల గమన సామర్థ్యాన్ని పెంపొందించే ఒక శక్తివంతమైన సాధన. ఇది ఒక రకమైన ధ్యానం, కానీ అంతకంటే ఎక్కువ. మనస్ఫూర్తి అనేది మన ఆలోచనలు, భావాలు మరియు శరీర సంచలనాలను గమనించడానికి మరియు వాటిని నిర్ణయం లేకుండా అంగీకరించడానికి ఒక శిక్షణ.

మనస్ఫూర్తి అనే పదం పాలి భాష నుండి ఉద్భవించింది, దీని అర్థం "స్పృహతో ఉండటం" లేదా "జాగరూకంగా ఉండటం". ఇది వేల సంవత్సరాలుగా బౌద్ధమతంలో ఒక ప్రధాన పద్ధతిగా ఉంది మరియు ఇటీవలి దశాబ్దాలలో పశ్చిమ దేశాలలో కూడా ప్రజాదరణ పొందింది.

మనస్ఫూర్తి యొక్క ప్రయోజనాలు:

మనస్ఫూర్తి యొక్క ప్రయోజనాలు శారీరక, మానసిక మరియు భావోద్వేగ స్థాయిలలో విస్తృతంగా ఉంటాయి. కొన్ని ముఖ్యమైన ప్రయోజనాలు:

1. ఒత్తిడి మరియు ఆందోళనను తగ్గించడం: మనస్ఫూర్తి ఒత్తిడి మరియు ఆందోళనను నిర్వహించడానికి ఒక ప్రభావవంతమైన సాధనంగా నిరూపించబడింది. మనస్ఫూర్తితో ఉండటం మనస్సును ప్రశాంతపరచడానికి మరియు ప్రతికూల ఆలోచనలను తగ్గించడానికి సహాయపడుతుంది.

2. మానసిక స్పష్టత మరియు శ్రద్ధను పెంచడం: మనస్పూర్తి మనస్సును శాంతపరచడానికి మరియు శ్రద్ధను మెరుగుపరచడానికి సహాయపడుతుంది. ఇది మనం చేసే పనులపై మరింత దృష్టి పెట్టడానికి మరియు మనకు ఎదురయ్యే విషయాలను మరింత స్పష్టంగా చూడటానికి సహాయపడుతుంది.

3. మెరుగైన నిద్ర: మనస్పూర్తి మనస్సును ప్రశాంతపరచడానికి మరియు నిద్రను మెరుగుపరచడానికి సహాయపడుతుంది. నిద్రలేమితో బాధపడే వ్యక్తులు మనస్పూర్తి ప్రయోజనకరంగా ఉంటుందని కనుగొన్నారు.

4. శరీర ఆరోగ్యాన్ని పెంపొందించడం: మనస్పూర్తి శరీర ఆరోగ్యాన్ని మెరుగుపరచడానికి కూడా సహాయపడుతుంది. ఇది రక్తపోటును తగ్గించడానికి, నొప్పిని నిర్వహించడానికి మరియు మొత్తం శ్రేయస్సును పెంపొందించడానికి సహాయపడుతుంది.

5. సంబంధాలను మెరుగుపరచడం: మనస్పూర్తి మనం ఇతరులతో సంబంధాన్ని మెరుగుపరచడానికి సహాయపడుతుంది. ఇది మరింత శ్రద్ధగా వినడానికి, మరింత సహనంతో ఉండటానికి మరియు మనం చెప్పే ముందు ఆలోచించడానికి మనల్ని అనుమతిస్తుంది.

మనస్ఫూర్తిపై సాధారణ సవాళ్లు మరియు అపోహలు

మనస్ఫూర్తి అనేది బలమైన సాధన, కానీ దానిని అభ్యసించడంలో కొన్ని సాధారణ సవాళ్లు మరియు అపోహలు ఉన్నాయి. ఈ సవాళ్లను అధిగమించడానికి మరియు మనస్ఫూర్తి పద్ధతి యొక్క పూర్తి ప్రయోజనాలను పొందడానికి, వాటిని అర్థం చేసుకోవడం చాలా ముఖ్యం.

సాధారణ సవాళ్లు:

1. మనస్సు నిశ్చలంగా ఉండదు: మనస్సు స్వభావసిద్ధంగా శక్తివంతమైనది మరియు నిరంతరం ఆలోచనలను ఉత్పత్తి చేస్తుంది. మనస్ఫూర్తి అభ్యసించేటప్పుడు, మనస్సు నిశ్చలంగా ఉండాలని భావించడం సాధారణం, కానీ ఇది అవసరం లేదు. మనస్ఫూర్తి యొక్క లక్ష్యం మనస్సును నియంత్రించడం కాదు, దానిని గమనించడం మరియు అది ఎలా పనిచేస్తుందో అర్థం చేసుకోవడం.

2. విసుగు మరియు నిస్సత్తువ: మనస్ఫూర్తి ప్రారంభంలో విసుగు మరియు నిస్సత్తువను కలిగించవచ్చు. మనం మన ఆలోచనలను మరియు భావాలను గమనించడానికి ప్రయత్నిస్తున్నప్పుడు, మనం విసుగు చెందవచ్చు లేదా మనం దానిని సరిగ్గా చేయలేమని భయపడవచ్చు. ఈ సమయాల్లో, ఓపికగా ఉండటం మరియు పద్ధతిని కొనసాగించడం ముఖ్యం.

3. అనుమానం మరియు నిరాశ: మనస్ఫూర్తి పని చేస్తుందా అని మనం సందేహించడం సాధారణం. మనం మార్పులను చూడడానికి ఎంత సమయం పడుతుందో మరియు మనం పురోగతి సాధిస్తున్నామా అని ఆలోచించవచ్చు. ఈ

సమయాల్లో, మనం మన పురోగతిని గుర్తించడానికి మరియు మనస్ఫూర్తి నుండి మనం పొందుతున్న ప్రయోజనాల గురించి ఆలోచించడానికి సమయం తీసుకోవాలి.

4. సమయం లేకుండా ఉండటం: మనస్ఫూర్తిని అభ్యసించడానికి సమయం కేటాయించడం కష్టంగా ఉంటుంది. మన జీవితాలు ఎంత బిజీగా ఉన్నప్పటికీ, మనస్ఫూర్తి కోసం కొంత సమయాన్ని కేటాయించడం చాలా ముఖ్యం. మనం రోజుకు కొన్ని నిమిషాలు కూడా మనస్ఫూర్తికి కేటాయిస్తే, అది మన మొత్తం ఆరోగ్యాన్ని మరియు శ్రేయస్సును మెరుగుపరుస్తుంది.

సాధారణ అపోహలు:

1. మనస్ఫూర్తి అంటే ఖాళీగా ఉండటం: మనస్ఫూర్తి అంటే మన ఆలోచనలను మరియు భావాలను శూన్యంలోకి తొలగించడం కాదు. ఇది వాటిని గమనించడానికి మరియు వాటికి ప్రతిస్పందించకుండా ఉండటానికి గురించి. మనకు ఆలోచనలు మరియు భావాలు వస్తాయి, కానీ మనం వాటిని నియంత్రించలేము.

మనస్ఫూర్తి యొక్క నరవిజ్ఞాన శాస్త్రం మరియు దాని మెదడుపై ప్రభావం:

మనస్ఫూర్తి అనేది కేవలం ఆధ్యాత్మిక లేదా మతపరమైన పద్ధతి కాదు, ఇది మన మెదడులో గణనీయమైన మార్పులను కలిగించే శక్తివంతమైన శారీరక ప్రక్రియ. ఇటీవలి సంవత్సరాలలో, నరవిజ్ఞాన శాస్త్రవేత్తలు మనస్ఫూర్తి యొక్క ప్రభావాలను పరిశీలించడానికి మరియు మన మెదడులో అవి ఎలా పనిచేస్తాయో అర్థం చేసుకోవడానికి బ్రెయిన్ ఇమేజింగ్ సాంకేతికతలను ఉపయోగించారు. ఈ పరిశోధన ద్వారా, మనస్ఫూర్తి యొక్క శక్తివంతమైన ప్రయోజనాలకు సంబంధించిన మెదడు యొక్క నిర్మాణాత్మక మరియు క్రియాత్మక మార్పులు గురించి మనకు మరింత లోతైన అవగాహన లభించింది.

మనస్ఫూర్తి యొక్క నరవిజ్ఞాన ప్రభావాలు:

1. శ్రద్ధ మరియు ఫోకస్: మనస్ఫూర్తి అభ్యసించినప్పుడు, మెదడు యొక్క శ్రద్ధ మరియు ఫోకస్‌కు సంబంధించిన ప్రాంతాలు మరింత చురుకుగా ఉంటాయి. ఇది మనం మన చుట్టూ ఉన్న వాటిపై మరియు ప్రస్తుత క్షణంలో ఎంత దృష్టి పెట్టగలమో మెరుగుపరచడానికి సహాయపడుతుంది.

2. భావోద్వేగ నియంత్రణ: మనస్ఫూర్తి మన భావోద్వేగాలను మరింత ప్రభావవంతంగా నియంత్రించడానికి మాకు సహాయపడుతుంది. మనసులో ఎళ్లే భావోద్వేగాలను గమనించడం మరియు వాటికి ప్రతిస్పందించకుండా ఉండడం ద్వారా, మన భావోద్వేగ స్థిరత్వాన్ని పెంచుకోవచ్చు మరియు ఒత్తిడి మరియు ఆందోళనను తగ్గించవచ్చు.

3. ఆత్మ-అవగాహన: మనస్పూర్తి మన ఆలోచనలు, భావాలు మరియు శరీర సంచలనాలపై మరింత అవగాహన పొందడానికి మాకు సహాయపడుతుంది. మనం మన మనసులో ఏమి జరుగుతుందో మరింత స్పృహతో ఉంటే, మన ఎంపికలను మరింత జాగ్రత్తగా చేసుకోవచ్చు మరియు మన జీవితాలను మరింత ఉద్దేశ్యంతో జీవించవచ్చు.

4. మెదడు ప్లాస్టిసిటీ: మనస్పూర్తి అనేది మెదడు ప్లాస్టిసిటీని పెంచడానికి చూపబడింది, ఇది మన మెదడు కొత్త నమూనాలను నేర్చుకోవడానికి మరియు మారడానికి దాని సామర్థ్యం. మనస్పూర్తి ద్వారా, మన మెదడులో కొత్త న్యూరల్ కనెక్షన్లు ఏర్పడతాయి, ఇది మన ఆలోచన, భావాలు మరియు ప్రవర్తనలను మెరుగుపరచడానికి సహాయపడుతుంది.

మనస్ఫూర్తి అభ్యాసం నుండి ప్రయోజనం పొందిన వ్యక్తుల యొక్క వ్యక్తిగత కథలు:

మనస్ఫూర్తి యొక్క శక్తిని మరియు ప్రయోజనాలను అనుభవించిన వ్యక్తుల యొక్క వ్యక్తిగత కథలు సందర్భోచితంగా ఉంటాయి. వారు మనకు మనస్ఫూర్తి ఎలా జీవితాలను మార్చగలదో చూపిస్తాయి మరియు మనకు స్ఫూర్తినిస్తాయి, మనం కూడా దాని ప్రయోజనాలను పొందవచ్చు. ఇక్కడ కొన్ని వ్యక్తులు తమ మనస్ఫూర్తి అభ్యాసం ద్వారా ఎలా ప్రయోజనం పొందారో వారు పంచుకున్న కథలు ఉన్నాయి:

1. ఒత్తిడి మరియు ఆందోళన నుండి ఉపశమనం: సుధారాణి యొక్క కథ

సుధారాణి ఒక టీచర్, ఆమె తన పనితో ఎంతో ఒత్తిడికి గురయ్యేది. ఆమె తరచుగా ఆందోళన మరియు నిద్రలేమితో బాధపడేది. మనస్ఫూర్తిని ప్రారంభించినప్పటి నుండి, ఆమె జీవితంలో గణనీయమైన మార్పును గమనించింది. "మనస్ఫూర్తి నాకు ఒత్తిడి మరియు ఆందోళనను ఎలా నిర్వహించాలో నేర్చుకోవడానికి సహాయపడింది," అని ఆమె చెప్పింది. "నేను ఇప్పుడు ప్రశాంతంగా మరియు సమర్థవంతంగా ఉండగలుగుతున్నాను, ఇది నా పని మరియు వ్యక్తిగత జీవితం రెండింటిపైనా సకారాత్మక ప్రభావాన్ని చూపింది."

2. దృష్టి మరియు శ్రద్ధను మెరుగుపరచడం: శ్రీనివాస్ యొక్క కథ

శ్రీనివాస్, ఒక యువ వృత్తి నిపుణుడు, తన దృష్టి మరియు శ్రద్ధతో పోరాడుతున్నాడు. అతను తరచుగా తన పనిలో విరామాలు తీసుకోవాల్సి వచ్చేది మరియు దుష్ప్రవర్తనలకు దాస్యం చేసేవాడు. మనస్ఫూర్తిని ప్రారంభించినప్పటి నుండి, అతను తన శ్రద్ధ మరియు ఫోకస్‌లో గణనీయమైన మెరుగుదలను గమనించాడు. "మనస్ఫూర్తి నాకు మనస్సులో ఉండటానికి మరియు వాటితో పాటు వెళ్లకుండా నా ఆలోచనలను గమనించడానికి నేర్చుకోవడానికి సహాయపడింది," అని అతను చెప్పాడు. "నేను ఇప్పుడు నా పనిలో మరింత దృష్టి పెట్టగలుగుతున్నాను మరియు నా పనిని మరింత సమర్థవంతంగా పూర్తి చేయగలుగుతున్నాను."

3. సంబంధాలను మెరుగుపరచడం: సుష్మ యొక్క కథ

సుష్మకు ఆమె భర్తతో సంబంధంలో సమస్యలు ఉన్నాయి. వారు తరచుగా గొడవ పడేవారు మరియు ఒకరినొకరు అర్థం చేసుకోలేకపోయారు. మనస్ఫూర్తిని ప్రారంభించినప్పటి నుండి, ఆమె తన సంబంధంలో గణనీయమైన మెరుగుదలను గమనించారు. "

మనస్ఫూర్తి యొక్క ప్రాథమిక సూత్రాలను పరిచయం చేసే సులభమైన వ్యాయామాలు

మనస్ఫూర్తి ఒక శక్తివంతమైన సాధన, ఇది మన జీవితాలను మెరుగుపరచడానికి సహాయపడుతుంది. అయితే, అది ఎలా పని చేస్తుందో మరియు దాని ప్రయోజనాలను పొందడానికి ప్రారంభించడానికి ఇది కష్టంగా అనిపించవచ్చు. ఈ కథనంలో, మనస్ఫూర్తి యొక్క ప్రాథమిక సూత్రాలను పరిచయం చేసే కొన్ని సులభమైన వ్యాయామాలను మేము చర్చించాము. ఈ వ్యాయామాలు ప్రారంభకులకు సరైనవి మరియు ప్రస్తుత క్షణంలో మరింత ఉండటానికి మరియు మన ఆలోచనలు మరియు భావాలను గమనించడానికి మాకు సహాయపడతాయి.

1. శ్వాసపై దృష్టి:

మనస్ఫూర్తికి పరిచయం చేసే అత్యంత ప్రాథమిక మరియు సులభమైన వ్యాయామాలలో ఒకటి శ్వాసపై దృష్టి పెట్టడం. శ్వాస అనేది మనం ఎల్లప్పుడూ తీసుకునే ప్రాథమిక శారీరక ప్రక్రియ, కాబట్టి దానిపై దృష్టి పెట్టడం మన మనస్సులను ప్రశాంతపరచడానికి మరియు ప్రస్తుత క్షణంలో ఉండటానికి సహాయపడుతుంది.

ఈ వ్యాయామాన్ని చేయడానికి, సౌకర్యవంతమైన స్థానంలో కూర్చోండి మరియు మీ కళ్ళు మూసుకోండి. మీ శ్వాసపై దృష్టి పెట్టండి, గాలి లోపలికి మరియు బయటికి వెళుతున్నట్లు గమనించండి. మీ శ్వాసలో ఎటువంటి టెన్షన్ లేదా నిరోధం లేదని భావించండి. మీ ఆలోచనలు పరధ్యానం చెందడం ప్రారంభించినట్లయితే, శాంతముగా వాటిని గుర్తించి, మీ

శ్వాసపై దృష్టిని తిరిగి మరల్చండి. ఈ వ్యాయామాన్ని రోజుకు కొన్ని నిమిషాల పాటు చేయండి.

2. శరీర స్కాన్:

శరీర స్కాన్ మన శరీరంలోని వివిధ సంచలనాలపై దృష్టి పెట్టడానికి సహాయపడే మరొక సులభమైన మనస్ఫూర్తి వ్యాయామం. ఈ వ్యాయామం మన శరీరం యొక్క ప్రస్తుత స్థితి గురించి మరింత అవగాహన పొందడానికి మరియు మన శరీరం మరియు మనసు మధ్య ఉన్న అనుసంధానాన్ని గుర్తించడానికి మాకు సహాయపడుతుంది.

ఈ వ్యాయామాన్ని చేయడానికి, సౌకర్యవంతమైన స్థానంలో పడుకోండి. మీ కళ్ళు మూసుకుని, మీ శ్వాసపై కొన్ని లోతైన శ్వాసలు తీసుకోండి. తర్వాత, మీ దృష్టిని మీ కాళ్ళపైకి మరల్చండి. మీ కాళ్ళలో ఎలాంటి సంచలనాలు ఉన్నాయో గమనించండి, అది వెచ్చదనం, చల్లదనం, జలదరింపు లేదా ఏదైనా ఇతర భావన కావచ్చు.

Chapter 2: Cultivating Awareness
అధ్యాయం 2: అవగాహన పెంపొందించడం

ఆలోచనలు మరియు భావాల స్వభావాన్ని అర్థం చేసుకోవడం

మనస్ఫూర్తి అభ్యాసం యొక్క ప్రధాన అంశాలలో ఒకటి మన ఆలోచనలు మరియు భావాల స్వభావాన్ని అర్థం చేసుకోవడం. మనస్ఫూర్తి ద్వారా, మనం మన ఆలోచనలు మరియు భావాలను గమనించడం, వాటిని నిర్ణయం లేకుండా అంగీకరించడం మరియు వాటికి ప్రతిస్పందించకుండా ఉండటం నేర్చుకోవచ్చు.

మన ఆలోచనలు మరియు భావాల స్వభావాన్ని అర్థం చేసుకోవడానికి, మనం వాటి గురించి కొన్ని ముఖ్యమైన విషయాలను గుర్తించాలి:

1. ఆలోచనలు మరియు భావాలు అస్థిరమైనవి: మన ఆలోచనలు మరియు భావాలు ఎల్లప్పుడూ మారుతుంటాయి. ఒక క్షణం మనం సంతోషంగా ఉండవచ్చు, తదుపరి క్షణం మనం కోపంగా ఉండవచ్చు. మన ఆలోచనలను మరియు భావాలను శాశ్వతమైన వాస్తవాలుగా చూడకుండా, అవి అస్థిరమైన మానసిక ప్రక్రియలు అని గుర్తించడం ముఖ్యం.

2. మన ఆలోచనలు మరియు భావాలు తరచుగా భ్రమలు: మన ఆలోచనలు మరియు భావాలు తరచుగా వాస్తవాన్ని ప్రతిబింబించలేవు. మనం ప్రతికూలంగా ఆలోచించినప్పుడు, మనం పరిస్థితిని వక్రీకరించవచ్చు మరియు అనవసరమైన భావోద్వేగాలను అనుభవించవచ్చు. మన ఆలోచనలను

మరియు భావాలను నిజాలుగా చూడకుండా, అవి మన మనస్సు యొక్క ఉత్పత్తులు అని గుర్తించడం ముఖ్యం.

3. మన ఆలోచనలు మరియు భావాలు మనం కాదు: మన ఆలోచనలు మరియు భావాలు మన గురించి ఎవరో చెప్పవు. మన ఆలోచనలు మరియు భావాలు మన మనస్సులో ఎదుర్కొంటున్న విషయాలకు ప్రతిచర్యలు మాత్రమే. మన ఆలోచనలు మరియు భావాలను మన గురించి నిర్వచించే ఏకైక విషయాలుగా చూడకుండా, మనం వాటిని గమనించడానికి మరియు వాటిని వెళ్లనివ్వడానికి నేర్చుకోవాలి.

4. మన ఆలోచనలు మరియు భావాలను మనం నియంత్రించలేము: మన ఆలోచనలు మరియు భావాలు ఎలా ఎదురవుతాయో మనం నియంత్రించలేము. అయితే, మనం వాటికి ఎలా ప్రతిస్పందిస్తామో నియంత్రించవచ్చు. మన ఆలోచనలు మరియు భావాలను నియంత్రించలేమని గుర్తించడం ద్వారా, వాటికి బదులుగా మనం ఎలా స్పందిస్తామో మనం ఎక్కువ దృష్టి పెట్టవచ్చు.

5. మన ఆలోచనలు మరియు భావాలను మనం ఎంచుకోలేము: మనం ఎలాంటి ఆలోచనలు మరియు భావాలను కలిగి ఉంటామో ఎంచుకోలేము.

నిర్ణయం లేకుండా మనస్సును గమనించడం:

మనస్పూర్తి యొక్క ప్రధాన అంశాలలో ఒకటి నిర్ణయం లేకుండా మనస్సును గమనించడం. దీని అర్థం మన ఆలోచనలు మరియు భావాలను గుర్తించడం, కానీ వాటి గురించి మంచి లేదా చెడు, సరైన లేదా తప్పు అని తీర్పు చెప్పకుండా ఉండటం.

నిర్ణయం లేకుండా మనస్సును గమనించడం ఎలా అంటే:

1. మన ఆలోచనలు మరియు భావాలను గుర్తించడం: మనస్పూర్తి అభ్యాసం యొక్క మొదటి దశ మన ఆలోచనలు మరియు భావాలను గుర్తించడం. మనం ఎలాంటి ఆలోచనలు మరియు భావాలను అనుభవిస్తున్నామో తెలుసుకోవడం ద్వారా, మనం వాటిని గమనించడం మరియు వాటిని నిర్ణయం లేకుండా అంగీకరించడం ప్రారంభించవచ్చు.

2. మన ఆలోచనలు మరియు భావాలను లేబుల్ చేయకుండా ఉండటం: మన ఆలోచనలు మరియు భావాలను గుర్తించిన తర్వాత, వాటికి లేబుల్‌లు జతచేయకుండా ఉండటం ముఖ్యం. మనం "మంచి" లేదా "చెడు," "సరైన" లేదా "తప్పు" అని ఆలోచనలు మరియు భావాలను లేబుల్ చేసినప్పుడు, మనం వాటితో మమేకం అవుతాము మరియు వాటిని గమనించడం కష్టం అవుతుంది.

3. మన ఆలోచనలు మరియు భావాలను వెళ్లనివ్వడానికి అనుమతించడం: నిర్ణయం లేకుండా మనస్సును గమనించడం యొక్క చివరి దశ మన ఆలోచనలు మరియు భావాలను వెళ్లనివ్వడానికి అనుమతించడం. మనం మన ఆలోచనలు మరియు భావాలను పట్టుకోనప్పుడు లేదా వాటితో

మమేకం అవ్వనప్పుడు, మనం వాటిని వెళ్లనివ్వడానికి మరియు ప్రస్తుత క్షణంలో మరింత ఉండటానికి అనుమతిస్తాము.

నిర్ణయం లేకుండా మనస్సును గమనించడానికి సహాయపడే కొన్ని చిట్కాలు:

- మనస్ఫూర్తి ధ్యానం చేయండి: ధ్యానం అనేది మనస్సును శాంతపరచడానికి మరియు మన ఆలోచనలు మరియు భావాలను గమనించడానికి సహాయపడే ఒక గొప్ప మార్గం. చాలా రకాల మనస్ఫూర్తి ధ్యానాలు ఉన్నాయి, కాబట్టి మీకు నచ్చిన ఒకదాన్ని కనుగొనడానికి ప్రయత్నించండి.

- మీ శ్వాసపై దృష్టి పెట్టండి: శ్వాసపై దృష్టి పెట్టడం మనస్సును శాంతపరచడానికి మరియు ప్రస్తుత క్షణంలో ఉండటానికి సహాయపడే మరొక గొప్ప మార్గం. మీరు ధ్యానం చేస్తున్నప్పుడు లేదా మీ రోజువారీ జీవితంలో ఎప్పుడైనా శ్వాసపై దృష్టి పెట్టవచ్చు.

మనస్ఫూర్తి అభ్యాసంలో దృష్టి మరియు ఉద్దేశ్యం యొక్క పాత్ర

మనస్ఫూర్తి అనేది శక్తివంతమైన సాధన, ఇది మన శ్రేయస్సును మెరుగుపరచడానికి మరియు మన జీవితాలను మరింత పూర్తిగా అనుభవించడానికి మాకు సహాయపడుతుంది. దృష్టి మరియు ఉద్దేశ్యం మనస్ఫూర్తి అభ్యాసంలో రెండు ప్రధాన పాత్రలు పోషిస్తాయి.

దృష్టి యొక్క పాత్ర

దృష్టి అనేది మన మనస్సును నిర్దిష్ట వస్తువు లేదా అనుభవంపై కేంద్రీకరించే సామర్థ్యం. మనస్ఫూర్తి అభ్యాసంలో, మన దృష్టిని మన శ్వాస, శరీర సంచలనాలు, ఆలోచనలు మరియు భావాలపై ఉంచాలి.

దృష్టి మనస్ఫూర్తి అభ్యాసానికి ఎందుకు ముఖ్యమైనది?

- మనస్సును శాంతపరచడానికి సహాయపడుతుంది: మన దృష్టిని ఏదో ఒకదానిపై కేంద్రీకరించినప్పుడు, మన మనస్సులు పరధ్యానం చెందడం మరియు ఆందోళనలతో నిండిపోకుండా ఉంటాయి.
- ప్రస్తుత క్షణంలో ఉండటానికి మాకు సహాయపడుతుంది: మన దృష్టి మన శ్వాస లేదా శరీర సంచలనాలపై ఉన్నప్పుడు, మనం గతం లేదా భవిష్యత్తు గురించి ఆలోచించకుండా ఉండటం సులభం.

- మన అనుభవాలను మరింత స్పష్టంగా చూడటానికి మాకు సహాయపడుతుంది: మనం ఏదో ఒకదానిపై దృష్టి పెట్టినప్పుడు, మనం దాని గురించి మరింత అవగాహన పొందగలుగుతాము.

ఉద్దేశ్యం యొక్క పాత్ర

ఉద్దేశ్యం అనేది మన మనస్సులను మనం కోరుకున్న ఫలితాలను సాధించడానికి దర్శకత్వం చేసే లక్ష్యం లేదా దృష్టి. మనస్పూర్తి అభ్యాసంలో, మన ఉద్దేశ్యం ప్రస్తుత క్షణంలో ఉండాలి, మన ఆలోచనలు మరియు భావాలను గమనించాలి, మరియు వాటితో మమేకం కాకుండా వాటిని వెళ్లనివ్వాలి.

ఉద్దేశ్యం మనస్పూర్తి అభ్యాసానికి ఎందుకు ముఖ్యమైనది?

- మనం ఏమి సాధించాలనుకుంటున్నామో దానిపై స్పష్టత ఇస్తుంది: మన ఉద్దేశ్యం స్పష్టంగా ఉన్నప్పుడు, మనం దాని దిశలో పని చేయడంపై దృష్టి పెట్టవచ్చు.
- మనం పరధ్యానం చెందినప్పుడు మన మనస్సులను తిరిగి తీసుకురావడానికి మాకు సహాయపడుతుంది: మన ఉద్దేశ్యం గుర్తుంచుకోవడం పరధ్యానం చెందినప్పుడు మన దృష్టిని మళ్లీ కేంద్రీకరించడంలో సహాయపడుతుంది.

ప్రస్తుత క్షణం యొక్క అవగాహనను పెంచే పద్ధతులు: ధ్యానం, మనస్సూర్తి శ్వాస మరియు శరీర స్కాన్ వ్యాయామాలు

ప్రస్తుత క్షణం యొక్క అవగాహనను పెంచడం మనస్సూర్తి అభ్యాసం యొక్క ప్రధాన లక్ష్యాలలో ఒకటి. మనం ప్రస్తుత క్షణంలో ఉన్నప్పుడు, మనం మన ఆందోళనలు మరియు ఆందోళనల నుండి విముక్తి పొందగలుగుతాము మరియు మన జీవితాలను మరింత పూర్తిగా అనుభవించగలుగుతాము. ప్రస్తుత క్షణం యొక్క అవగాహనను పెంచడానికి మనకు సహాయపడే కొన్ని పద్ధతులు:

1. ధ్యానం: ధ్యానం అనేది ప్రాచీన మనస్సు-శరీర పద్ధతి, ఇది మనస్సును శాంతపరచడానికి మరియు ప్రస్తుత క్షణంలో ఉండటానికి సహాయపడుతుంది. ధ్యానం చేయడానికి చాలా రకాల పద్ధతులు ఉన్నాయి, కాబట్టి మీకు నచ్చిన ఒకదాన్ని కనుగొనడానికి ప్రయత్నించండి. కొన్ని ప్రసిద్ధ ధ్యాన పద్ధతులు ధ్యానం, మంత్ర ధ్యానం మరియు శరీర స్కాన్.

2. మనస్సూర్తి శ్వాస: మనస్సూర్తి శ్వాస అనేది మన శ్వాసపై దృష్టి పెట్టడం ద్వారా ప్రస్తుత క్షణంలో ఉండటానికి సహాయపడే ఒక సాధారణ పద్ధతి. మన శ్వాసను గమనించడం ద్వారా, మన మనస్సులను శాంతపరచడానికి మరియు పరధ్యానం చెందకుండా ఉండటానికి మేము సహాయపడగలము. మనస్సూర్తి శ్వాసను చేయడానికి, సౌకర్యవంతమైన స్థానంలో కూర్చోండి మరియు మీ కళ్ళు మూసుకోండి. మీ శ్వాసలో లోపలికి మరియు బయటికి వెళుతూ గమనించండి. మీ శ్వాసలో ఎటువంటి టెన్షన్ లేదా నిరోధం లేదని భావించండి. మీ ఆలోచనలు పరధ్యానం చెందడం

ప్రారంభించినట్లయితే, శాంతముగా వాటిని గుర్తించి, మీ శ్వాసపై దృష్టిని తిరిగి మరల్చండి.

3. శరీర స్కాన్: శరీర స్కాన్ అనేది శరీరంలోని వివిధ భాగాలపై దృష్టి పెట్టడం ద్వారా ప్రస్తుత క్షణంలో ఉండటానికి మనకు సహాయపడే మరొక సాధారణ పద్ధతి. శరీర స్కాన్ చేయడానికి, సౌకర్యవంతమైన స్థానంలో పడుకోండి మరియు మీ కళ్ళు మూసుకోండి. మీ శ్వాసపై కొన్ని లోతైన శ్వాసలు తీసుకోండి. తర్వాత, మీ దృష్టిని మీ కాళ్ళపైకి మరల్చండి. మీ కాళ్లలో ఎలాంటి సంచలనాలు ఉన్నాయో గమనించండి, అది వెచ్చదనం, చల్లదనం, జలదరింపు లేదా ఏదైనా ఇతర భావన కావచ్చు.

మనస్పూర్తిని రోజువారీ కార్యకలాపాలలో చేర్చడానికి ఆచరణాత్మక చిట్కాలు: భోజనం, నడక, మరియు పని

మనస్పూర్తి అభ్యాసం యొక్క గొప్ప ప్రయోజనాలలో ఒకటి, దానిని మన రోజువారీ జీవితంలోని వివిధ కార్యకలాపాలలో చేర్చగల సామర్థ్యం. మనం తినేటప్పుడు, నడిచేటప్పుడు, పని చేసేటప్పుడు మనస్పూర్తిని పెంపొందించడం ద్వారా, మనం మరింత శ్రద్ధగా, ఉనికిలో మరియు సంతోషంగా ఉండగలం.

1. మనస్పూర్తి భోజనం:

- విచలనాలను తొలగించండి: టివి, ఫోన్లు, పుస్తకాలు మరియు ఇతర విచలనాలను తొలగించండి. మీ ఆహారం మరియు ప్రస్తుత క్షణంపై మాత్రమే దృష్టి పెట్టండి.
- భోజనాన్ని ఆస్వాదించండి: ప్రతి కురుము, సువాసన మరియు ఆకృతిపై దృష్టి పెట్టి, మీ భోజనాన్ని నెమ్మదిగా మరియు పూర్తిగా ఆస్వాదించండి.
- చక్కగా నమలండి: ప్రతి ముద్దను చక్కగా నమలడం ద్వారా మీ ఆహారాన్ని బాగా జీర్ణించుకోవడానికి మరియు దాని రుచిని పూర్తిగా అనుభవించడానికి సహాయపడండి.
- మీ శరీర సంకేతాలకు శ్రద్ధ వహించండి: ఎప్పుడు ఆకలితో ఉన్నారో, ఎప్పుడు నిండుగా ఉన్నారో గుర్తించడానికి మీ శరీర సంకేతాలకు శ్రద్ధ వహించండి. అతిగా తినకుండా ఉండటానికి ఇది మీకు సహాయపడుతుంది.

2. మనస్పూర్తి నడక:

- మీ దృష్టిని శరీర సంచలనాలపై ఉంచండి: మీ పాదాలు నేలను తాకేటప్పుడు, మీ శరీరం కదులుతున్నప్పుడు మరియు మీ చేతులు ఊగుతున్నప్పుడు సంచలనాలను గమనించండి.
- మీ శ్వాసపై దృష్టి పెట్టండి: మీ శ్వాసలో లోపలికి మరియు బయటికి వెళుతూ గమనించండి. మీ శ్వాస శాంతంగా మరియు సమృద్ధిగా ఉందని భావించండి.
- మీ పరిసరాలను గమనించండి: ప్రకృతి దృశ్యాలను, శబ్దాలను మరియు వాసనలను గమనించండి. ప్రస్తుత క్షణంలో ఉండటానికి ఇవి మిమ్మల్ని సహాయపడతాయి.
- నడకను ఆస్వాదించండి: నడకను వ్యాయామం కంటే విశ్రాంతి మరియు పునరుద్ధరణ సమయంగా పరిగణించండి.

3. మనస్పూర్తి పని:

- ఒకే పనిపై దృష్టి పెట్టండి: బహుళ పనులను చేయకుండా ఉండటానికి ప్రయత్నించండి. ఒకే పనిపై మీ దృష్టిని కేంద్రీకరించడం ద్వారా, మీరు మరింత ఉత్పాదకంగా మరియు తక్కువ ఒత్తిడితో ఉంటారు.

Chapter 3: Overcoming Obstacles
అధ్యాయం 3: అడ్డంకులను అధిగమించడం

మనస్పూర్తి అభ్యాసానికి సాధారణ అడ్డంకులను గుర్తించడం: విసుగు, నిలకడలేమి మరియు ప్రతికూల ఆలోచనలు

మనస్పూర్తి అభ్యాసం మన జీవితాలను మెరుగుపరచడానికి శక్తివంతమైన సాధనం, అయితే అడ్డంకులు లేకుండా ఉండదు. మనస్పూర్తి అభ్యాసానికి సాధారణ అడ్డంకులు:

1. విసుగు:

విసుగు అనేది మనస్పూర్తి అభ్యాసానికి సాధారణ అడ్డంకి. మనం ఒకే స్థానంలో కూర్చొని, మన ఆలోచనలు మరియు భావాలను గమనిస్తున్నప్పుడు, విసుగు చెందడం సులభం. విసుగుతో పోరాడేందుకు, మనం కొన్ని చర్యలు తీసుకోవచ్చు:

- విసుగును గమనించండి: విసుగును మన ఆలోచనలు మరియు భావాలలో మరొకటిగా గుర్తించడం ముఖ్యం. విసుగును తీర్పు చెప్పకుండా గమనించండి మరియు అది వచ్చిపోవడానికి అనుమతిస్తే, అది సాధారణ అనుభూతి అని గుర్తుంచుకోండి.
- మీ ధ్యాన సెషన్లను చిన్నగా ఉంచండి: మనస్పూర్తి అభ్యాసాన్ని ప్రారంభించేవారు మొదట 5-10 నిమిషాల ధ్యాన సెషన్లతో ప్రారంభించడం ఉత్తమం. కాలక్రమేణా, మీరు మీ సెషన్లను పొడిగించవచ్చు.

- వివిధ మనస్పూర్తి పద్ధతులను ప్రయత్నించండి: ధ్యానం మాత్రమే మనస్పూర్తి అభ్యాసానికి ఒక మార్గం. మీరు మనస్పూర్తి నడక, మనస్పూర్తి శ్వాస వ్యాయామాలు లేదా మనస్పూర్తి యోగా వంటి ఇతర పద్ధతులను కూడా ప్రయత్నించవచ్చు.

2. నిలకడలేమి:

నిలకడలేమి మరొక సాధారణ అడ్డంకి. మనస్పూర్తి ధ్యానం వంటి కార్యకలాపాలు మనకు అలవాటు లేదు మరియు అవి మనకు కొంత అసౌకర్యంగా అనిపించవచ్చు. మనస్పూర్తి అభ్యాసంలో నిలకడగా ఉండటానికి, మనం కొన్ని చర్యలు తీసుకోవచ్చు:

- స్వీయ కరుణను పెంపొందించుకోండి: మనస్పూర్తి అభ్యాసం సులభం కాదని గుర్తుంచుకోండి. మన మనస్సులు పరధ్యానం చెందడం మరియు మనం నిరుత్సాహపడటం సహజమే. స్వీయ-కరుణను పెంపొందించుకోవడం ద్వారా, మనం మనస్పూర్తి అభ్యాసంలో నిలకడగా ఉండడానికి మనల్ని మేము ప్రోత్సహించవచ్చు.
- స్నేహితులు లేదా సహాయక గుంపుతో కలిసి ధ్యానం చేయండి: స్నేహితులు లేదా సహాయక గుంపుతో కలిసి ధ్యానం చేయడం మనస్పూర్తి అభ్యాసంలో నిలకడగా ఉండటానికి మంచి మార్గం.

ఆత్మకరుణ, అంగీకారం మరియు ఓపిక వంటి వాటితో సహా ఈ అడ్డంకులను ఎదుర్కోవడానికి వ్యూహాలను అభివృద్ధి చేయడం

మనస్ఫూర్తి అభ్యాసం శక్తివంతమైన సాధన అయినప్పటికీ, అడ్డంకులు లేకుండా ఉండదు. విసుగు, నిలకడలేమి మరియు ప్రతికూల ఆలోచనలు మన మనస్సులు పరధ్యానం చెందడానికి మరియు మన అభ్యాసాన్ని వదులుకోవడానికి దారితీయవచ్చు. ఈ అడ్డంకులను ఎదుర్కోవడంలో మరియు మన మనస్ఫూర్తి అభ్యాసాన్ని కొనసాగించడంలో మాకు సహాయపడే కొన్ని వ్యూహాలు ఇక్కడ ఉన్నాయి:

1. స్వీయ కరుణను పెంపొందించుకోండి:

స్వీయ-కరుణ అనేది మనల్ని మనం ఎలా చూసుకుంటామో మరియు మనం చేసే తప్పులను ఎలా స్వీకరిస్తాము. మనం తప్పులు చేసినప్పుడు మనల్ని మనం తీర్పు చెప్పుకోకుండా ఉండటానికి స్వీయ-కరుణ మాకు సహాయపడుతుంది. మనస్ఫూర్తి అభ్యాసం కష్టం కావచ్చు మరియు మనం విసుగు చెందడం, నిలకడలేమి మరియు ప్రతికూల ఆలోచనలు ఉండటం సహజం. స్వీయ-కరుణను పెంపొందించుకోవడం ద్వారా, మన తప్పుల నుండి నేర్చుకోవడానికి మరియు మన మనస్ఫూర్తి అభ్యాసాన్ని కొనసాగించడానికి మనల్ని మేము ప్రోత్సహించవచ్చు.

2. అంగీకారాన్ని పెంపొందించుకోండి:

అంగీకారం అనేది ప్రస్తుత క్షణంలో ఉన్న విషయాలను అంగీకరించే సామర్థ్యం. మనం విసుగు చెందినా, నిలకడలేమిగా ఉన్నా, ప్రతికూల ఆలోచనలు ఉన్నా, వాటిని

పోరాడకుండా లేదా వాటిని మార్చడానికి ప్రయత్నించకుండా మనం అంగీకరించాలి. మనం ఏమి అనుభవిస్తున్నామో అంగీకరించడం ద్వారా, మనం మన మనస్సులను శాంతపరచడానికి మరియు ప్రస్తుత క్షణంలో ఉండటానికి మనల్ని మేము అనుమతిస్తాము.

3. ఓపిక పెంపొందించుకోండి:

ఓపిక అనేది ఫలితాల కోసం ఎదురుచూసే సామర్థ్యం. మనస్ఫూర్తి అభ్యాసం ఒక రాత్రిపూట జరగదు. మనం మనస్ఫూర్తిగా ఉండడానికి నేర్చుకోవడానికి సమయం మరియు పరిశ్రమ అవసరం. ఓపిక కలిగి ఉండడం ద్వారా, మనం మన అభ్యాసాన్ని కొనసాగించడానికి మరియు ఫలితాలు రావడానికి అవకాశం ఇస్తాము.

4. శ్వాసపై దృష్టి పెట్టండి:

మన శ్వాసపై దృష్టి పెట్టడం మనస్ఫూర్తి అభ్యాసంలో ఒక ముఖ్యమైన భాగం.

మనస్ఫూర్తి: ఒత్తిడి, ఆందోళన మరియు కష్టమైన భావోద్వేగాలను నిర్వహించడంలో పాత్ర

ఆధునిక జీవితం ఒత్తిడితో కూడుకున్నది, ఇది మన శారీరక మరియు మానసిక ఆరోగ్యంపై ప్రతికూల ప్రభావాన్ని చూపుతుంది. అదృష్టవశాత్తూ, మనస్ఫూర్తి అనే శక్తివంతమైన సాధనం ద్వారా మనం ఒత్తిడి, ఆందోళన మరియు కష్టమైన భావోద్వేగాలను నిర్వహించడానికి మరియు మన శ్రేయస్సును మెరుగుపరచడానికి నేర్చుకోవచ్చు.

మనస్ఫూర్తి అంటే ఏమిటి?

మనస్ఫూర్తి అనేది ప్రస్తుత క్షణంలో పూర్తిగా ఉండటం మరియు మన ఆలోచనలు, భావాలు మరియు సంచలనాలను గమనించే సామర్థ్యం. మనస్ఫూర్తిగా ఉండటానికి ధ్యానం, మనస్ఫూర్తి శ్వాస వ్యాయామాలు మరియు మనస్ఫూర్తి నడక వంటి వివిధ పద్ధతులు ఉన్నాయి.

ఒత్తిడి మరియు ఆందోళన నిర్వహణ

మనస్ఫూర్తి అనేది ఒత్తిడి మరియు ఆందోళనను నిర్వహించడానికి శక్తివంతమైన సాధనం. మనస్ఫూర్తిపై దృష్టి పెట్టడం ద్వారా, మనం మన ఒత్తిడి ట్రిగ్గర్లను గుర్తించడం మరియు వాటికి స్పందించే ముందు మన స్పందనలను నియంత్రించడం నేర్చుకోవచ్చు. మనస్ఫూర్తి అభ్యాసం మన శరీరం యొక్క ఒత్తిడి ప్రతిస్పందనను శాంతపరచడానికి మరియు మన ఆందోళన స్థాయిలను తగ్గించడానికి సహాయపడుతుంది.

కష్టమైన భావోద్వేగాల నిర్వహణ

కష్టమైన భావోద్వేగాలు అందరికీ ఎదురవుతాయి. మనస్ఫూర్తి అభ్యాసం మనం ఈ భావోద్వేగాలను ఎలా ఎదుర్కొంటామో మార్చడానికి సహాయపడుతుంది. మనస్ఫూర్తిగా ఉండడం వల్ల, మనం మన భావోద్వేగాలను గమనించగలిగి, వాటిని తీర్పు చెప్పకుండా ఉండగలము. ఇది మన భావోద్వేగాలను నిర్వహించడానికి మరియు వాటిచే నియంత్రించబడకుండా ఉండటానికి మాకు సహాయపడుతుంది.

మనస్ఫూర్తి యొక్క ప్రయోజనాలు

మనస్ఫూర్తి యొక్క అనేక ప్రయోజనాలు ఉన్నాయి, వీటిలో:

- తగ్గిన ఒత్తిడి మరియు ఆందోళన
- మెరుగైన నిద్ర
- పెరిగిన శ్రద్ధ
- మెరుగైన మానసిక స్థితి
- బలమైన సంబంధాలు
- మెరుగైన శారీరక ఆరోగ్యం

సానుకూల దృక్పథాన్ని పెంపొందించుకోవడం మరియు జీవిత సవాళ్లను సమబుద్ధితో స్వీకరించడం

జీవితం అనేది సంతోషాలతో పాటు సవాళ్లతో కూడిన ప్రయాణం. మనం ఎదుర్కొనే కష్టాలు మరియు పరాజయాలతో నిరుత్సాహపడడం సులభం. అయితే, మన దృక్పథాన్ని మార్చడం ద్వారా మరియు సవాళ్లను అవకాశాలుగా చూడడం ద్వారా, మన జీవితాలను మరింత సంతృప్తికరంగా మరియు పూర్తిగా చేసుకోవచ్చు.

సానుకూల దృక్పథం అంటే ఏమిటి?

సానుకూల దృక్పథం అనేది జీవితంలోని సానుకూల వైపు చూసే సామర్థ్యం. ఇది అంటే మన గ్లాసు సగం నిండుగా ఉందని చూడటం మరియు సవాళ్లలో కూడా అవకాశాలను గుర్తించడం.

సానుకూల దృక్పథం ఎందుకు ముఖ్యమైనది?

సానుకూల దృక్పథానికి అనేక ప్రయోజనాలు ఉన్నాయి:

- ఇది మన మానసిక స్థితిని మెరుగుపరుస్తుంది: సానుకూల దృక్పథం మన ఆందోళన మరియు ఒత్తిడి స్థాయిలను తగ్గించడానికి మరియు మన మానసిక స్థితిని పెంచడానికి సహాయపడుతుంది.
- ఇది మన శారీరక ఆరోగ్యాన్ని మెరుగుపరుస్తుంది: సానుకూల దృక్పథం మన రోగనిరోధక వ్యవస్థను బలోపేతం చేయడానికి మరియు గుండె జబ్బులు మరియు స్ట్రోక్ వంటి దీర్ఘకాలిక

వ్యాధుల ప్రమాదాన్ని తగ్గించడానికి సహాయపడుతుంది.

- ఇది మన సంబంధాలను మెరుగుపరుస్తుంది: సానుకూల దృక్పథం మన చుట్టూ ఉన్నవారితో మన సంబంధాలను మెరుగుపరచడంలో సహాయపడుతుంది. మనం మరింత సానుకూలంగా ఉన్నప్పుడు, మనం ఇతరులతో మరింత దయగా మరియు శ్రద్ధగా ఉంటాము.
- ఇది మన జీవితంలోని సవాళ్లను ఎదుర్కోవడంలో మాకు సహాయపడుతుంది: సానుకూల దృక్పథం మనం జీవితంలో ఎదుర్కొనే సవాళ్లను ఎదుర్కోవడానికి మరింత సుముఖంగా ఉండటానికి సహాయపడుతుంది. మనం సవాళ్లను అవకాశాలగా చూడడం నేర్చుకున్నప్పుడు, మనం వాటిని ఎదుర్కోవడానికి మరింత ధైర్యంగా మరియు పట్టుదలతో ఉంటాము.

Chapter 4: Integrating Mindfulness into Daily Life
అధ్యాయం 4: రోజువారీ జీవితంలో మనస్ఫూర్తిని ఏకీకృతం చేయడం

జీవితం యొక్క వివిధ కోణాలకు మనస్ఫూర్తిని అన్వయించడం: సంబంధాలు, పని మరియు కమ్యూనికేషన్

మనస్ఫూర్తి అనేది ప్రస్తుత క్షణంలో పూర్తిగా ఉండటం మరియు మన ఆలోచనలు, భావాలు మరియు శారీరక సంచలనాలను గమనించే సామర్థ్యం. ఇది ఒక శక్తివంతమైన సాధనం, ఇది మన జీవితంలోని వివిధ కోణాలను మెరుగుపరచడంలో మాకు సహాయపడుతుంది.

1. సంబంధాలు:

మనస్ఫూర్తి మన సంబంధాలను మెరుగుపరచడానికి ఎలా సహాయపడుతుంది:

- మెరుగైన శ్రద్ధ: మనస్ఫూర్తిగా ఉండడం ద్వారా, మనం మన ప్రియమైనవారికి మరింత శ్రద్ధ వహించగలము. మనం వారి మాటలు మరియు శరీర భాషను శ్రద్ధగా వినడానికి మరియు వారి అవసరాలకు మరింత సున్నితంగా ఉండటానికి ఇది మాకు సహాయపడుతుంది.
- మెరుగైన కమ్యూనికేషన్: మనస్ఫూర్తిగా ఉండడం మన కమ్యూనికేషన్ నైపుణ్యాలను మెరుగుపరచడంలో సహాయపడుతుంది. మనం మన మాటలను జాగ్రత్తగా

ఎంచుకోవడానికి మరియు మన భావోద్వేగాలను నిర్వహించడానికి ఇది మాకు సహాయపడుతుంది.

- మెరుగైన సంఘర్షణ నిర్వహణ: మనస్పూర్తిగా ఉండడం సంఘర్షణలను పరిష్కరించడంలో మాకు సహాయపడుతుంది. మనం మన కోపాన్ని నిర్వహించడానికి మరియు పరిస్థితిని స్పష్టంగా చూడటానికి ఇది మాకు సహాయపడుతుంది.

2. పని:

మనస్పూర్తి మన పనితీరును ఎలా మెరుగుపరచడంలో సహాయపడుతుంది:

- మెరుగైన దృష్టి: మనస్పూర్తిగా ఉండడం మన దృష్టిని పెంచడానికి మరియు మన పనిపై మరింత దృష్టి పెట్టడానికి సహాయపడుతుంది.
- తగ్గిన ఒత్తిడి: మనస్పూర్తిగా ఉండడం మన ఒత్తిడి స్థాయిలను తగ్గించడానికి మరియు మనం పనిలో బాగా ప్రదర్శించడానికి సహాయపడుతుంది.
- మెరుగైన సృజనాత్మకత: మనస్పూర్తిగా ఉండడం మన సృజనాత్మకతను పెంచడానికి మరియు కొత్త ఆలోచనలను ఉత్పత్తి చేయడానికి సహాయపడుతుంది.

3. కమ్యూనికేషన్:

మనస్పూర్తి మన కమ్యూనికేషన్ నైపుణ్యాలను ఎలా మెరుగుపరచడంలో సహాయపడుతుంది:

- మెరుగైన శ్రవణ నైపుణ్యాలు: మనస్ఫూర్తిగా ఉండడం మన శ్రవణ నైపుణ్యాలను మెరుగుపరచడానికి మరియు ఇతరులు చెప్పేది నిజంగా వినడానికి మాకు సహాయపడుతుంది.

ఆరోగ్యకరమైన అలవాట్లను పెంపొందించుకోవడం మరియు మనస్ఫూర్తితో ఎంపికలు చేసుకోవడం

ఆరోగ్యకరమైన మరియు సంతోషకరమైన జీవితాన్ని గడపడానికి, మనం చేసే ఎంపికలు చాలా ముఖ్యమైనవి. మనస్ఫూర్తి అనేది మన ఎంపికలను మరింత అవగాహనతో మరియు ఉద్దేశపూర్వకంగా చేయడానికి మాకు సహాయపడే శక్తివంతమైన సాధనం. మనస్ఫూర్తి ద్వారా, మన అలవాట్లను పరిశీలించడం, మనకు ఉపయోగపడే వాటిని పెంపొందించడం మరియు మనకు హాని కలిగించే వాటిని వదులుకోవడం నేర్చుకోవచ్చు.

ఆరోగ్యకరమైన అలవాట్లను ఎలా పెంపొందించాలి

ఆరోగ్యకరమైన అలవాట్లను పెంపొందించుకోవడానికి, మనం కొన్ని సాధారణ దశలను అనుసరించవచ్చు:

1. మీ లక్ష్యాలను నిర్వచించండి: మీరు ఎలాంటి ఆరోగ్యకరమైన అలవాట్లను పెంపొందించాలనుకుంటున్నారో స్పష్టమైన ఆలోచన ఉండాలి. మీరు మరింత వ్యాయామం చేయాలనుకోవచ్చు, ఆరోగ్యకరంగా తినాలనుకోవచ్చు, లేదా ధ్యానం చేయాలనుకోవచ్చు.

2. చిన్నగా ప్రారంభించండి: మనస్ఫూర్తితో ఎంపికలు చేసుకోవడం ద్వారా మన ఆరోగ్యాన్ని మెరుగుపరచడానికి చిన్న చిన్న మార్పులు కూడా గొప్ప ప్రభావాన్ని చూపుతాయి. ఒకసారి ఒక అలవాటుపై దృష్టి పెట్టండి మరియు దానిని మీ దినచర్యలో స్థిరపడే వరకు దాన్ని అభ్యసించండి.

3. స్థిరంగా ఉండండి: ఆరోగ్యకరమైన అలవాటును ఏర్పాటు చేయడానికి సమయం పడుతుంది. వెనక్కి తగ్గడాలు సహజమే, కానీ మీ లక్ష్యాలను దృష్టిలో ఉంచుకోండి మరియు ముందుకు సాగండి.
4. స్వీయ-కరుణను పెంపొందించుకోండి: మనం అందరం తప్పులు చేస్తాము. మీరు మీ ఆరోగ్యకరమైన అలవాట్ల నుండి తప్పుకుంటే, మీపై కఠినంగా ఉండకండి. బదులుగా, క్షమించుకోండి మరియు మళ్లీ ప్రయత్నించండి.
5. మద్ధతు పొందండి: మీరు మీ ఆరోగ్యకరమైన అలవాట్లపై కట్టుబడి ఉండటానికి సహాయం చేయడానికి ఒక స్నేహితుడు, కుటుంబ సభ్యుడు లేదా వృత్తిపరమైన వారి నుండి మద్ధతు పొందండి.

మనసూర్తితో ఎంపికలు చేసుకోవడం

మనసూర్తి ద్వారా, మనం మన ఆలోచనలు, భావాలు మరియు సంచలనాలను గమనించడం నేర్చుకుంటాము. ఈ అవగాహనతో, మన ఎంపికలను మరింత జాగ్రత్తగా మరియు ఉద్దేశపూర్వకంగా చేయగలుగుతాము.

స్వీయ అవగాహన మరియు భావోద్వేగ మేధస్సును పెంపొందించుకోవడంమన జీవితాల్లో

స్వీయ అవగాహన మరియు భావోద్వేగ మేధస్సు (EQ) మన జీవితాలలో అన్నింటికీ చాలా ముఖ్యమైనవి. మనం ఎవరు, మన అవసరాలు మరియు కోరికలు ఏమిటి, మనం ఎలాంటి భావోద్వేగాలను అనుభవిస్తున్నాము మరియు మనం ఎందుకు అలా అనుభవిస్తున్నామో, మనం ఎలా స్పందిస్తాము మరియు ఇతరులతో ఎలా సంబంధం కలిగి ఉంటాము అనే దాని గురించి మనకు ఎంత ఎక్కువ అవగాహన ఉంటుందో, మన జీవితాలు అంత సంతోషంగా మరియు విజయవంతంగా ఉంటాయి.

స్వీయ అవగాహన అంటే ఏమిటి?

స్వీయ అవగాహన అంటే మన గురించి లోతైన అవగాహన. ఇందులో మన ఆలోచనలు, భావోద్వేగాలు, విలువలు, బలాలు, బలహీనతలు, అవసరాలు మరియు కోరికల గురించి అవగాహన ఉంటుంది. స్వీయ అవగాహన బాహ్య ప్రపంచానికి మన స్పందనలపై కూడా ప్రభావం చూపుతుంది.

భావోద్వేగ మేధస్సు అంటే ఏమిటి?

భావోద్వేగ మేధస్సు (EQ) మన స్వంత భావోద్వేగాలను మరియు ఇతరుల భావోద్వేగాలను గుర్తించడం, అర్థం చేసుకోవడం మరియు నిర్వహించడం యొక్క సామర్థ్యం. ఇందులో భావోద్వేగాలను సమర్థవంతంగా వ్యక్తీకరించడం

మరియు ఇతరులతో సానుకూల సంబంధాలను ఏర్పరచుకోవడం కూడా ఉంటుంది.

స్వీయ అవగాహన మరియు భావోద్వేగ మేధస్సును పెంపొందించుకోవడం ఎందుకు ముఖ్యమైనది?

స్వీయ అవగాహన మరియు భావోద్వేగ మేధస్సు మన జీవితాలలో అనేక విధాలుగా మెరుగుదలకు దారితీస్తుంది:

- మెరుగైన సంబంధాలు: మన స్వంత భావోద్వేగాలను మరియు ఇతరుల భావోద్వేగాలను మనం ఎంత బాగా అర్థం చేసుకుంటే, అంతగా మనం ఇతరులతో సానుకూల మరియు సహకార సంబంధాలను ఏర్పరచుకోగలుగుతాము.

- మెరుగైన నిర్ణయాలు: మనం మన విలువలు, బలాలు మరియు బలహీనతల గురించి ఎంత ఎక్కువ అవగాహన కలిగి ఉంటే, అంత ఎక్కువ మనం మన జీవితాల కోసం మంచి నిర్ణయాలు తీసుకోవచ్చు.

- మెరుగైన ఒత్తిడి నిర్వహణ: మనం మన భావోద్వేగాలను ఎలా గుర్తించాలి మరియు నిర్వహించాలి అని నేర్చుకుంటే, ఒత్తిడితో కూడిన పరిస్థితులను మరింత సమర్థవంతంగా ఎదుర్కోవచ్చు.

జీవితంలోని సాధారణ విషయాల పట్ల లోతైన అభినందనను అనుభవించడం

జీవితం యొక్క సాధారణ విషయాల పట్ల లోతైన అభినందన అనేది ఒక శక్తివంతమైన సాధనం, ఇది మన శ్రేయస్సును మెరుగుపరచడానికి, మన సంతృప్తిని పెంచడానికి మరియు మన జీవితాలను మరింత అర్థవంతంగా చేయడానికి మాకు సహాయపడుతుంది.

జీవితంలోని సాధారణ విషయాలు ఏమిటి?

సాధారణ విషయాలు అంటే మనం తరచుగా గుర్తించని లేదా మెచ్చుకోని జీవితంలోని చిన్న, సాధారణ అంశాలు. ఇందులో ప్రకృతి అందం, మన ప్రియమైనవారితో గడిపే సమయం, మన ఆరోగ్యం, మన పనిలో ఉన్న సంతృప్తి, మనకు ఇష్టమైన కార్యకలాపాలను చేయడం వంటివి ఉంటాయి.

జీవితంలోని సాధారణ విషయాల పట్ల లోతైన అభినందనను ఎలా అనుభవించాలి?

జీవితంలోని సాధారణ విషయాల పట్ల లోతైన అభినందనను పెంపొందించుకోవడానికి మీరు చేయగలిగిన కొన్ని విషయాలు ఇక్కడ ఉన్నాయి:

- మనస్ఫూర్తిని అభ్యసించండి: మనస్ఫూర్తి అనేది ప్రస్తుత క్షణంలో పూర్తిగా ఉండటం మరియు మన చుట్టూ ఉన్న ప్రపంచాన్ని గమనించే సామర్థ్యం. మనస్ఫూర్తిని అభ్యసించడం ద్వారా, మనం

జీవితంలోని సాధారణ విషయాలను మరింత పూర్తిగా అనుభవించగలము.

- కృతజ్ఞతతో ఉండండి: కృతజ్ఞత అనేది మనకు ఉన్న వాటికి కృతజ్ఞతతో ఉండే సామర్థ్యం.

జీవితంలోని సాధారణ విషయాల పట్ల లోతైన అభినందనను అనుభవించడం యొక్క ప్రయోజనాలు:

- మెరుగైన మానసిక స్థితి: జీవితంలోని సాధారణ విషయాల పట్ల కృతజ్ఞతతో ఉండటం ద్వారా, మన ఆందోళన మరియు ఒత్తిడి స్థాయిలను తగ్గించడానికి మరియు మన మొత్తం మానసిక స్థితిని మెరుగుపరచడానికి సహాయపడుతుంది.

- మెరుగైన శారీరక ఆరోగ్యం: అధ్యయనాలు కృతజ్ఞతతో ఉండటం శరీరంలోని ఒత్తిడి హార్మోన్ల స్థాయిలను తగ్గించడానికి మరియు రోగనిరోధక వ్యవస్థను బలోపేతం చేయడానికి సహాయపడుతుందని చూపించాయి.

- మెరుగైన సంబంధాలు: జీవితంలోని సాధారణ విషయాల పట్ల మనం ఎంత ఎక్కువ అభినందన చెందుతామో, అంత ఎక్కువ మనం మన చుట్టూ ఉన్నవారిని మెచ్చుకోవడానికి మరియు మన సంబంధాలను మెరుగుపరచడానికి మరింత సుముఖంగా ఉంటాము.

జీవితంలో ఉద్దేశ్యం మరియు అర్థాన్ని పెంపొందించుకోవడం

తరచుగా, మనం జీవితాన్ని ఎలా గడపాలో అని ప్రశ్నించుకుంటాము. మనకు ఉద్దేశ్యం ఉందా? మన జీవితాలకు అర్థం ఉందా? ఈ ప్రశ్నలకు సమాధానాలు వ్యక్తికి వ్యక్తికి మారుతూ ఉండవచ్చు, కానీ అందరూ ఒకే కోరికను పంచుకుంటారు: సంతోషకరమైన మరియు అర్థవంతమైన జీవితాన్ని గడపాలనే కోరిక.

ఉద్దేశ్యం మరియు అర్థం అంటే ఏమిటి?

ఉద్దేశ్యం అనేది మన జీవితాలకు దిశ మరియు దిశానిర్దేశం ఇచ్చేది. అది మనం చేసే ప్రతి పనికి అర్థం మరియు ప్రాముఖ్యతను ఇస్తుంది. ఉద్దేశ్యం మనల్ని ప్రేరేపిస్తుంది మరియు లక్ష్యాలను సాధించేందుకు మాకు శక్తినిస్తుంది.

అర్థం మన జీవితాలను ఒక పెద్ద సందర్భంలోకి ఉంచేది. మన చిన్న, రోజువారీ పనులు ఎలాంటి పెద్ద, ప్రపంచ-మార్చే లక్ష్యానికి దోహదపడతాయో ఇది మనకు తెలియజేస్తుంది. అర్థం మనకు సంతృప్తి మరియు శాంతిని ఇస్తుంది.

ఉద్దేశ్యం మరియు అర్థాన్ని ఎలా పెంపొందించుకోవాలి?

జీవితంలో ఉద్దేశ్యం మరియు అర్థాన్ని పెంపొందించుకోవడంలో మీకు సహాయపడే కొన్ని విషయాలు ఇక్కడ ఉన్నాయి:

1. స్వీయ-పరిశీలన చేయండి: మీ జీవితంలో ఏది ముఖ్యమైనది అని ఆలోచించడానికి కొంత సమయం

కేటాయించండి. మీ విలువలు ఏమిటి? మీ బలాలు మరియు బలహీనతలు ఏమిటి? మీకు ఏమి ఇష్టం? ఏమి చేయడం ద్వారా మీరు ప్రేరేపితులవుతారు?

2. మీ లక్ష్యాలను నిర్దేశించుకోండి: మీరు సాధించాలనుకునే దాని గురించి స్పష్టమైన ఆలోచన ఉండాలి. మీ లక్ష్యాలు మీ విలువలు మరియు ఉద్దేశ్యాలతో సమకాలికంగా ఉండాలి.

3. చిన్న చిన్న చర్యలు తీసుకోండి: మీ లక్ష్యాలను సాధించడానికి రోజువారీ లేదా వారపు చర్యలు తీసుకోండి. ఈ చిన్న చర్యలు కాలక్రమేణా పెద్ద మార్పుకు దారితీస్తాయి.

4. మీకు సహాయం చేసే వారితో కనెక్ట్ అవ్వండి: మీ విలువలను పంచుకునే మరియు మీ లక్ష్యాలను సాధించడానికి మిమ్మల్ని ప్రోత్సహించే వ్యక్తులతో చుట్టుముట్టండి.

5. కృతజ్ఞతతో ఉండండి: మనకు ఉన్న వాటికి కృతజ్ఞతతో ఉండటం ద్వారా, మన జీవితంలోని అర్థం మరియు అందాన్ని మరింత చూడగలము.

Chapter 5: The Ongoing Journey of Mindfulness

అధ్యాయం 5: జీవితాంతం పద్ధతిగా మనస్ఫూర్తి

మనస్ఫూర్తి అనేది జీవితాంతం పద్ధతి

మనస్ఫూర్తి అనేది ప్రస్తుత క్షణంలో పూర్తిగా ఉండటం మరియు మన ఆలోచనలు, భావాలు మరియు శారీరక సంచలనాలను గమనించే సామర్థ్యం. ఇది ఒక శక్తివంతమైన సాధనం, ఇది మన మానసిక మరియు శారీరక ఆరోగ్యాన్ని మెరుగుపరచడంలో, మన సంబంధాలను మెరుగుపరచడంలో మరియు మన జీవితాలకు మరింత అర్థాన్ని కనుగొనడంలో సహాయపడుతుంది.

మనస్ఫూర్తిని ఒక రోజులో లేదా ఒక వారం పాటు అభ్యసించి మన జీవితాలను మెరుగుపరచుకోవడం సాధ్యం. అయితే, మనస్ఫూర్తి అనేది జీవితాంతం పద్ధతి. మనం నిరంతరం నేర్చుకుంటూ, అభివృద్ధి చెందుతున్నప్పుడు, మనస్ఫూర్తి మనకు మరింత ఉపయోగకరంగా మారుతుంది.

మనస్ఫూర్తిని ఎలా అభ్యసించాలి?

మనస్ఫూర్తిని అభ్యసించడానికి అనేక మార్గాలు ఉన్నాయి. ధ్యానం, యోగా, మరియు మనస్ఫూర్తి శిక్షణ కార్యక్రమాలు మనస్ఫూర్తిని అభ్యసించడానికి సాధారణ మార్గాలు.

మనస్ఫూర్తిని అభ్యసించడానికి ఒక సాధారణ పద్ధతి ఏమిటంటే, ప్రతిరోజూ కొంత సమయం ఒక ప్రశాంతమైన ప్రదేశంలో కూర్చోవడం మరియు మన శ్వాసపై దృష్టి పెట్టడం.

మనం శ్వాస పీల్చుకుంటున్నప్పుడు మరియు వదులుకున్నప్పుడు, మనం మన శ్వాసను గుర్తించడానికి ప్రయత్నిస్తాము. మనం ఇతర ఆలోచనలు లేదా భావాలు మనకు రావడం ప్రారంభిస్తే, మనం దయచేసి శాంతంగా వాటిని గమనించి, మళ్లీ మన శ్వాసపై దృష్టి పెడతాము.

మనస్ఫూర్తిని అభ్యసించడానికి మరొక మార్గం ఏమిటంటే, మనం చేసే ప్రతి కార్యకలాపంలో మనస్ఫూర్తిని ఉంచడం. మనం నడుస్తున్నప్పుడు, మనం నడుస్తున్న భావాన్ని గమనించవచ్చు. మనం ఆహారం తినేటప్పుడు, మనం ఆహారం యొక్క రుచి మరియు వాసనను గమనించవచ్చు. మనం ఇతరులతో మాట్లాడుతున్నప్పుడు, మనం వారి మాటలను మరియు భావోద్వేగాలను గమనించవచ్చు.

మనస్ఫూర్తి యొక్క ప్రయోజనాలు

మనస్ఫూర్తి అనేక ప్రయోజనాలను కలిగి ఉంది, వీటిలో:

- మనస్సు యొక్క స్థిరత్వం మరియు ఏకాగ్రతను మెరుగుపరుస్తుంది.
- ఒత్తిడి మరియు ఆందోళనను తగ్గిస్తుంది.
- మనోవికారాల ప్రమాదాన్ని తగ్గిస్తుంది.

మనస్ఫూర్తి యొక్క రూపాంతర శక్తిని గుర్తించడం

మనస్ఫూర్తి అనేది మనస్సును ప్రస్తుత క్షణంలో ఉంచడానికి మరియు మన ఆలోచనలు, భావాలు మరియు శారీరక సంచలనాలను గమనించడానికి ఒక సాధనం. ఇది ఒక శక్తివంతమైన సాధనం, ఇది మన జీవితాలలో అనేక రకాల మార్పులను తీసుకురాగలదు.

మనస్ఫూర్తి యొక్క రూపాంతర ప్రభావాలను గుర్తించడానికి కొన్ని మార్గాలు ఇక్కడ ఉన్నాయి:

- మనస్ఫూర్తి మనస్సు యొక్క స్థిరత్వాన్ని మరియు ఏకాగ్రతను మెరుగుపరుస్తుంది. మనస్ఫూర్తిని అభ్యసించడం ద్వారా, మనం మన ఆలోచనలను మరింత సమర్థవంతంగా నియంత్రించడం మరియు మన దృష్టిని ఒక విషయంపై ఉంచడం నేర్చుకుంటాము. ఇది ఒత్తిడిని తగ్గించడంలో, మన పనిలో మెరుగుపరచడంలో మరియు మన సంబంధాలను మెరుగుపరచడంలో సహాయపడుతుంది.

- మనస్ఫూర్తి ఒత్తిడి మరియు ఆందోళనను తగ్గిస్తుంది. మనస్ఫూర్తిని అభ్యసించడం ద్వారా, మనం మన ఆలోచనలు మరియు భావాలను మరింత సానుకూలంగా మార్చడం నేర్చుకుంటాము. ఇది ఒత్తిడిని తగ్గించడంలో, మన నిద్రను మెరుగుపరచడంలో మరియు మన మానసిక ఆరోగ్యాన్ని మెరుగుపరచడంలో సహాయపడుతుంది.

- మనస్ఫూర్తి మనోవికారాల ప్రమాదాన్ని తగ్గిస్తుంది. అధ్యయనాలు మనస్ఫూర్తిని అభ్యసించడం వలన డిప్రెషన్, ఆందోళన మరియు పానిక్ అటాక్ వంటి మనోవికారాల ప్రమాదాన్ని తగ్గించవచ్చని సూచిస్తున్నాయి.

- మనస్ఫూర్తి మన జీవితాలకు అర్థాన్ని మరియు ఉద్దేశ్యాన్ని కనుగొనడంలో సహాయపడుతుంది. మనస్ఫూర్తిని అభ్యసించడం ద్వారా, మనం మన చుట్టూ ఉన్న ప్రపంచాన్ని మరింత పూర్తిగా మరియు అర్థవంతంగా గమనించగలము. ఇది మన జీవితాలకు మరింత అర్థం మరియు ఉద్దేశ్యాన్ని కనుగొనడంలో సహాయపడుతుంది.

మీ అనుభవాలను పంచుకోవడం మరియు ఇతరుల సొంత మనస్ఫూర్తి ప్రయాణాలకు మద్దతు ఇవ్వడం

మనస్ఫూర్తి అనేది ఒక వ్యక్తిగత ప్రయాణం. అయితే, ఇతరులతో మన అనుభవాలను పంచుకోవడం మరియు వారి స్వంత ప్రయాణాలకు మద్దతు ఇవ్వడం ద్వారా, మనం అన్నింటికంటే ఎక్కువ నేర్చుకోవచ్చు మరియు మరింత అభివృద్ధి చెందవచ్చు.

మీ అనుభవాలను ఎందుకు పంచుకోవాలి?

మీ అనుభవాలను పంచుకోవడానికి చాలా కారణాలు ఉన్నాయి. మొదట, ఇది ఇతరులకు మీ అర్థాన్ని మరియు మీ ప్రయాణం గురించి తెలుసుకోవడానికి సహాయపడుతుంది. ఇది వారి సొంత ప్రయాణాన్ని మరింత అర్థవంతంగా చేయడంలో సహాయపడుతుంది.

రెండవది, ఇది మీకు మీ అనుభవాలను మరింత లోతుగా అర్థం చేసుకోవడంలో సహాయపడుతుంది. మీరు వాటి గురించి ఇతరులతో మాట్లాడినప్పుడు, మీరు వాటి గురించి మరింత ఆలోచించాల్సి ఉంటుంది మరియు వాటి అర్థాన్ని కనుగొనడానికి ప్రయత్నించాల్సి ఉంటుంది.

మూడవది, ఇది మీకు మద్దతు మరియు సంఘాన్ని అందిస్తుంది. మీరు మీ ప్రయాణంలో ఉన్నప్పుడు మద్దతు అవసరం అవుతుంది. ఇతరులతో మీ అనుభవాలను పంచుకోవడం ద్వారా, మీరు సహాయం మరియు ప్రోత్సాహం పొందవచ్చు.

మీ అనుభవాలను ఎలా పంచుకోవాలి?

మీ అనుభవాలను పంచుకోవడానికి అనేక మార్గాలు ఉన్నాయి. మీరు మీ స్నేహితులు మరియు కుటుంబ సభ్యులతో మాట్లాడవచ్చు, మీరు మీ డైరీలో వ్రాయవచ్చు, మీరు మీ అనుభవాల గురించి ఆన్‌లైన్‌లో వ్రాయవచ్చు లేదా మీరు మనస్ఫూర్తి సమూహంలో పాల్గొనవచ్చు.

మీ అనుభవాలను పంచుకోవడానికి ఉత్తమ మార్గం మీకు సరిపోతుంది. మీరు ఏమి చేయాలనుకుంటున్నారో మీకు తెలిస్తే, దాన్ని చేయండి.

ఇతరుల సొంత మనస్ఫూర్తి ప్రయాణాలకు మద్దతు ఇవ్వడం ఎలా?

మీరు ఇతరుల సొంత మనస్ఫూర్తి ప్రయాణాలకు మద్దతు ఇవ్వడానికి చాలా చేయవచ్చు. మొదట, మీరు వారిని వినడానికి మరియు వారి అనుభవాలను గౌరవించడానికి సమయం కేటాయించవచ్చు. మీరు వారిని అభినందిస్తారని మరియు వారి ప్రయాణంలో వారితో ఉన్నారని వారికు తెలియజేయండి.

రెండవది, మీరు వారి స్వంత అనుభవాల గురించి తెలుసుకోవడానికి మరియు వారి స్వంత లక్ష్యాలను సాధించడంలో సహాయపడటానికి ప్రయత్నించవచ్చు.

మరింత నేర్చుకోవడానికి మరియు పద్ధతిని కొనసాగించడానికి వనరులు

మనస్ఫూర్తి అనేది ఒక జీవితాంతం పద్ధతి. మనం ఎంత ఎక్కువ నేర్చుకుంటామో మరియు అభివృద్ధి చెందుతామో, మన జీవితాలను మెరుగుపరచడంలో మనకు అంత ఎక్కువ సహాయపడుతుంది.

మరింత నేర్చుకోవడానికి మరియు పద్ధతిని కొనసాగించడానికి అనేక వనరులు అందుబాటులో ఉన్నాయి. కొన్ని సాధారణ వనరులు ఇక్కడ ఉన్నాయి:

- పుస్తకాలు మరియు కథనాలు: మనస్ఫూర్తి గురించి అనేక ఉత్తమ పుస్తకాలు మరియు కథనాలు అందుబాటులో ఉన్నాయి. మీరు మీ ఆసక్తులకు మరియు అవసరాలకు సరిపోయే పుస్తకాన్ని లేదా కథనాన్ని కనుగొనవచ్చు.

- ఆన్‌లైన్ కోర్సులు: అనేక ఆన్‌లైన్ కోర్సులు మనస్ఫూర్తిని బోధిస్తాయి. ఈ కోర్సులు మీకు ప్రాథమికాలను నేర్పడానికి లేదా మీ అభివృద్ధిని మరింత లోతుగా అధ్యయనం చేయడానికి సహాయపడతాయి.

- మనస్ఫూర్తి శిక్షణ కార్యక్రమాలు: మనస్ఫూర్తి శిక్షణ కార్యక్రమాలు మీకు మనస్ఫూర్తిని నేర్పడానికి మరియు అభివృద్ధి చేయడానికి సహాయపడతాయి. ఈ కార్యక్రమాలు సాధారణంగా ప్రొఫెషనల్ శిక్షకులచే నిర్వహించబడతాయి మరియు మీకు మీ స్వంత ప్రయాణంలో మార్గదర్శకత్వం మరియు మద్దతు అందిస్తాయి.

- **మనస్ఫూర్తి సమూహాలు:** మనస్ఫూర్తి సమూహాలు మీరు మీ అనుభవాలను ఇతరులతో పంచుకోవడానికి మరియు మద్దతు పొందడానికి ఒక మంచి మార్గం. ఈ సమూహాలు మీకు మీ ప్రయాణంలో మరింత బలంగా మరియు నిబద్ధతతో ఉండటానికి సహాయపడతాయి.

మీరు మరింత నేర్చుకోవడానికి మరియు పద్ధతిని కొనసాగించడానికి ఏ వనరును ఎంచుకున్నా, మీరు మీకు సరిపోయేదాన్ని కనుగొనడానికి సమయం మరియు ప్రయత్నం పెట్టాలి. మీరు ఓపికగా ఉండాలి మరియు మీ ప్రయాణంలో మీకు సహాయపడే వనరులను కనుగొనడానికి కృషి చేయాలి.

మరింత నేర్చుకోవడానికి మరియు పద్ధతిని కొనసాగించడానికి కొన్ని చిట్కాలు

- **మీ లక్ష్యాలను నిర్దేశించండి:** మీరు మనస్ఫూర్తిని ఎందుకు నేర్చుకోవాలనుకుంటున్నారో మరియు మీరు దాని నుండి ఏమి పొందాలనుకుంటున్నారో ఆలోచించండి.

Chapter 6: Deepening Your Mindfulness Practice

అధ్యాయం 6: మీ మనస్ఫూర్తి పద్ధతిని లోతుపరుచుకోవడం

మీ అవసరాలకు సరిపోయే మనస్ఫూర్తి పద్ధతిని కనుగొనడం

మనస్ఫూర్తి అనేది మనస్సును ప్రస్తుత క్షణంలో ఉంచడానికి ఒక సాధనం. ఇది మన ఆలోచనలు, భావాలు మరియు శారీరక సంచలనాలను మరింత స్వీకరించడానికి మరియు అర్థం చేసుకోవడానికి మనకు సహాయపడుతుంది. మనస్ఫూర్తిని అభ్యసించడానికి అనేక విభిన్న పద్ధతులు ఉన్నాయి. ఈ పద్ధతులలో ఏది మీకు సరిపోతుందో తెలుసుకోవడానికి, మీ అవసరాలను పరిగణించడం ముఖ్యం.

మీ అవసరాలను పరిగణించడానికి కొన్ని ప్రశ్నలు:

- మీరు మనస్ఫూర్తిని ఎందుకు అభ్యసించాలనుకుంటున్నారు? మీరు మీ మానసిక ఆరోగ్యాన్ని మెరుగుపరచాలనుకుంటున్నారా? మీరు మీ భావోద్వేగాలను నిర్వహించడంలో మెరుగ్గా ఉండాలనుకుంటున్నారా? మీరు మీ జీవితంలో మరింత శాంతి మరియు సంతోషాన్ని కనుగొనాలనుకుంటున్నారా?

- మీకు ఎంత సమయం అందుబాటులో ఉంది? మీరు రోజుకు కొన్ని నిమిషాలు మాత్రమే శిక్షణ పొందగలరా? లేదా మీరు ప్రతిరోజూ గంటల తరబడి శిక్షణ పొందగలరా?

- మీరు ఏ రకమైన శిక్షణను ఇష్టపడతారు? మీరు నిశ్శబ్దంగా కూర్చోవడం ఇష్టపడతారా? లేదా మీరు మీ శరీరాన్ని కదిలించడం ఇష్టపడతారా?

మీ అవసరాలకు సరిపోయే మనస్ఫూర్తి పద్ధతిని కనుగొనడానికి కొన్ని చిట్కాలు:

- వివిధ పద్ధతులను ప్రయత్నించండి: మీరు వివిధ పద్ధతులను ప్రయత్నించడం ద్వారా, మీకు సరిపోయే పద్ధతిని మీరు కనుగొంటారు. మీరు ఆన్‌లైన్‌లో, మీ గ్రంథాలయంలో లేదా మీ సమూహంలోని ఇతరుల నుండి మనస్ఫూర్తి పద్ధతుల గురించి తెలుసుకోవచ్చు.
- మీకు సహాయం చేయడానికి ఒక శిక్షకుడిని కనుగొనండి: మీరు మీ అవసరాలకు సరిపోయే మనస్ఫూర్తి పద్ధతిని కనుగొనడంలో మీకు సహాయం చేయడానికి ఒక శిక్షకుడు లేదా మార్గదర్శిని కనుగొనవచ్చు.

మీకు సరిపోయే మనస్ఫూర్తి పద్ధతిని కనుగొనడానికి కొన్ని ఉదాహరణలు:

- మీరు మీ మానసిక ఆరోగ్యాన్ని మెరుగుపరచడానికి చూస్తున్నట్లయితే, మీరు శరీర స్కాన్ లేదా మనస్ఫూర్తి నడక వంటి శారీరక అవగాహనపై దృష్టి పెట్టే పద్ధతిని ప్రయత్నించవచ్చు.

మీ పద్ధతికి స్థిరత్వం మరియు నిబద్ధతను పెంపొందించడం
మీ పద్ధతికి స్థిరత్వం మరియు నిబద్ధతను పెంపొందించడం
మనస్ఫూర్తి అనేది ఒక జీవితాంతం పద్ధతి. దీన్ని అభ్యసించడానికి మరియు మీ జీవితంలో స్థిరంగా ఉంచడానికి సమయం మరియు కృషి అవసరం. మీ పద్ధతికి స్థిరత్వం మరియు నిబద్ధతను పెంపొందించడానికి కొన్ని చిట్కాలు ఇక్కడ ఉన్నాయి:

- చిన్న నుండి ప్రారంభించండి: మీరు ప్రతిరోజూ గంటల తరబడి ధ్యానం చేయాలనుకుంటున్నారని నిర్ణయించుకుంటే, మీరు బహుశా నిరాశ చెందుతారు. బదులుగా, రోజుకు కొన్ని నిమిషాల నుండి ప్రారంభించండి మరియు మీరు సిద్ధంగా ఉన్నప్పుడు క్రమంగా మీ సమయాన్ని పెంచండి.

- ఒక నిర్దిష్ట సమయం మరియు ప్రదేశాన్ని కేటాయించండి: మీరు మీ పద్ధతికి కట్టుబడి ఉండాలంటే, దాని కోసం ఒక నిర్దిష్ట సమయం మరియు ప్రదేశాన్ని కేటాయించడం ముఖ్యం. మీరు ప్రతిరోజూ రాత్రి పడుకునే ముందు 10 నిమిషాలు మీ గదిలో ధ్యానం చేయాలని నిర్ణయించుకోవచ్చు.

- మీ అభివృద్ధిని ట్రాక్ చేయండి: మీరు మీ పద్ధతికి స్థిరత్వం మరియు నిబద్ధతను పెంచుకుంటున్నారో లేదో తెలుసుకోవడానికి, మీ అభివృద్ధిని ట్రాక్ చేయడం సహాయపడుతుంది. మీరు మీ ధ్యాన సెషన్ల గురించి లేదా మీరు మీ పద్ధతి ద్వారా ఎలా మెరుగుపడుతున్నారో ఒక నోట్‌బుక్‌లో రికార్డ్ చేయవచ్చు.

- మిమ్మల్ని మీరు క్షమించండి: మీరు ఒక రోజు మీ పద్ధతిని తప్పినట్లయితే, మీరు మీపై కఠినంగా

ఉండకండి. మీరు మళ్ళీ ప్రారంభించండి మరియు మీ కృషి కొనసాగించండి.

మీ పద్ధతికి స్థిరత్వం మరియు నిబద్ధతను పెంచుకోవడానికి ఇక్కడ కొన్ని అదనపు చిట్కాలు ఉన్నాయి:

- మీ పద్ధతి గురించి మరింత తెలుసుకోండి: మీ పద్ధతి గురించి మరింత తెలుసుకోవడం వల్ల మీరు దానితో మరింత కట్టుబడి ఉండటానికి సహాయపడుతుంది. మీరు పుస్తకాలు, ఆన్‌లైన్ కోర్సులు లేదా మీరు నమ్మే శిక్షకుడి నుండి మరింత తెలుసుకోవచ్చు.

- మీరు ఒంటరిగా లేరని గుర్తుంచుకోండి: అనేక మంది ప్రజలు మనస్ఫూర్తిని అభ్యసించడానికి మరియు వారి జీవితంలో స్థిరంగా ఉంచడానికి కష్టపడుతున్నారు.

సవాళ్లు మరియు అడ్డంకులను అధిగమించడం

సవాళ్లు మరియు అడ్డంకులను అధిగమించడం

జీవితంలో సవాళ్లు మరియు అడ్డంకులు ఒక సహజమైన భాగం. అవి మనకు నేర్పడానికి మరియు మనల్ని పెంచడానికి అవకాశాలు. అయితే, సవాళ్లు మరియు అడ్డంకులను అధిగమించడం కష్టంగా ఉండవచ్చు. మనం ఏడుపు వచ్చి, నిరాశ చెందవచ్చు. కానీ, మనం ఈ సవాళ్లను ఎదుర్కోవడానికి మరియు వాటిని అధిగమించడానికి సిద్ధంగా ఉంటే, అవి మనకు శక్తిని మరియు పరిపూర్ణతను ఇస్తాయి.

సవాళ్లు మరియు అడ్డంకులను అధిగమించడానికి కొన్ని చిట్కాలు:

- మీ సవాళ్లను నిర్వచించండి: మీరు ఏ సవాళ్లను ఎదుర్కొంటున్నారో మొదట మీరు అర్థం చేసుకోవాలి. మీరు మీ సవాళ్లను నిర్వచించడానికి ప్రయత్నించినప్పుడు, మీరు వాటిని ఎదుర్కోవడానికి మరింత సమర్థవంతమైన మార్గాలను కనుగొనడానికి మీకు సహాయపడుతుంది.

- సహాయం పొందండి: మీ స్వంతంగా సవాళ్లను అధిగమించడం కష్టం కావచ్చు. మీకు సహాయం పొందడానికి సిద్ధంగా ఉండండి. మీరు స్నేహితుడు, కుటుంబ సభ్యుడు, థెరపిస్ట్ లేదా ఇతర మద్దతు వ్యక్తి నుండి సహాయం పొందవచ్చు.

- మీరు చేయగలరని నమ్మండి: సవాళ్లను అధిగమించడానికి మీరు చేయగలరని నమ్మడం చాలా

ముఖ్యం. మీరు మీ సామర్థ్యాలపై నమ్మకం ఉంచినప్పుడు, మీరు మరింత సానుకూలంగా మరియు శక్తివంతంగా ఉంటారు.

- చిన్న నుండి ప్రారంభించండి: మీరు ఒక పెద్ద సవాలును ఎదుర్కొంటున్నట్లయితే, దానిని చిన్న, నిర్వహించగలిగే దశలుగా విభజించండి. ఇది సవాలును మరింత భయపెట్టకుండా మరియు మీకు విజయం సాధించడానికి ఒక మార్గాన్ని అందిస్తుంది.

మీ పురోగతిని ట్రాక్ చేయండి: మీరు మీ సవాళ్లను అధిగమిస్తున్నప్పుడు, మీ పురోగతిని ట్రాక్ చేయడం చాలా ముఖ్యం. ఇది మీరు ఎంత దూరం వచ్చారో చూసేందుకు మరియు మీరు ఇంకా ఎంత దూరం వెళ్లాలి అనే దానిపై దృష్టి పెట్టడానికి మీకు సహాయపడుతుంది.

మనస్పూర్తి ప్రయాణం యొక్క కొనసాగింపు

మనస్పూర్తి అనేది ఒక జీవితాంతం ప్రయాణం. మీరు మనస్పూర్తిని ఎంత ఎక్కువ అభ్యసిస్తారో, అంత మంచిగా మీరు మీ మనస్సును నియంత్రించడం నేర్చుకుంటారు మరియు మీ జీవితంలో మరింత సంతృప్తికరమైనదిగా మారతారు.

మనస్పూర్తి ప్రయాణం యొక్క కొనసాగింపులో, మీరు క్రింది అంశాలను పరిగణించాలి:

- మీ లక్ష్యాలను పునర్విమర్శించండి: మీరు మనస్పూర్తిని ఎందుకు అభ్యసించాలనుకుంటున్నారు? మీరు మీ మానసిక ఆరోగ్యాన్ని మెరుగుపరచాలనుకుంటున్నారా? మీ భావోద్వేగాలను నిర్వహించడంలో మెరుగ్గా ఉండాలనుకుంటున్నారా? మీ జీవితంలో మరింత శాంతి మరియు సంతోషాన్ని కనుగొనాలనుకుంటున్నారా? మీ లక్ష్యాలను పునర్విమర్శించడం వల్ల మీరు మీ ప్రయాణంలో దృష్టి పెట్టడానికి మరియు మీ పురోగతిని కొలవడానికి సహాయపడుతుంది.

- మీ పద్ధతికి స్థిరత్వం మరియు నిబద్ధతను కొనసాగించండి: మనస్పూర్తిని అభ్యసించడానికి సమయం మరియు కృషి అవసరం. మీరు మీ పద్ధతికి స్థిరత్వం మరియు నిబద్ధతను కొనసాగించడం ద్వారా, మీరు మీ అభివృద్ధిని కొనసాగించగలరు.

- మీ సవాళ్లను ఎదుర్కోండి: మనస్పూర్తి ప్రయాణంలో సవాళ్లు ఎదురవడం సహజం. మీరు మీ సవాళ్లను

ఎదుర్కోవడానికి మరియు వాటిని అధిగమించడానికి సిద్ధంగా ఉంటే, మీరు మరింత బలంగా మరియు పరిపూర్ణతగా ఉంటారు.

- మీరు ఎక్కడ ఉన్నారో ఆనందించండి: మనస్ఫూర్తి ప్రయాణం అనేది ఒక అద్భుతమైన ప్రయాణం. మీరు ప్రయాణంలో ఎక్కడ ఉన్నారో ఆనందించండి మరియు మీ అభివృద్ధిని గమనించండి.

మీరు మనస్ఫూర్తి ప్రయాణంలో ఉన్నప్పుడు, మీరు ఈ అంశాలను గుర్తుంచుకోవడం ముఖ్యం. మీరు మీ లక్ష్యాలపై దృష్టి పెట్టడం, మీ పద్ధతికి కట్టుబడి ఉండటం, మీ సవాళ్లను ఎదుర్కోవడం మరియు ప్రయాణంలో ఆనందించడం ద్వారా, మీరు మీ జీవితంలో మరింత సంతృప్తికరమైనదిగా మారడానికి మార్గం సుగమం చేస్తారు.

www.ingramcontent.com/pod-product-compliance
Lightning Source LLC
LaVergne TN
LVHW020436080526
838202LV00055B/5221
9788119669929